Impressum
Verlag: BABADADA GmbH, Nedderfeld 112 , 22529 Hamburg
Geschäftsführer / Verlagsleitung: Harald Hof
Druck: Books on Demand GmbH, In de Tarpen 42, 22848 Norderstedt

Imprint
Publisher: BABADADA GmbH, Nedderfeld 112 , 22529 Hamburg, Germany
Managing Director / Publishing direction: Harald Hof
Print: Books on Demand GmbH, In de Tarpen 42, 22848 Norderstedt

ishuri

school

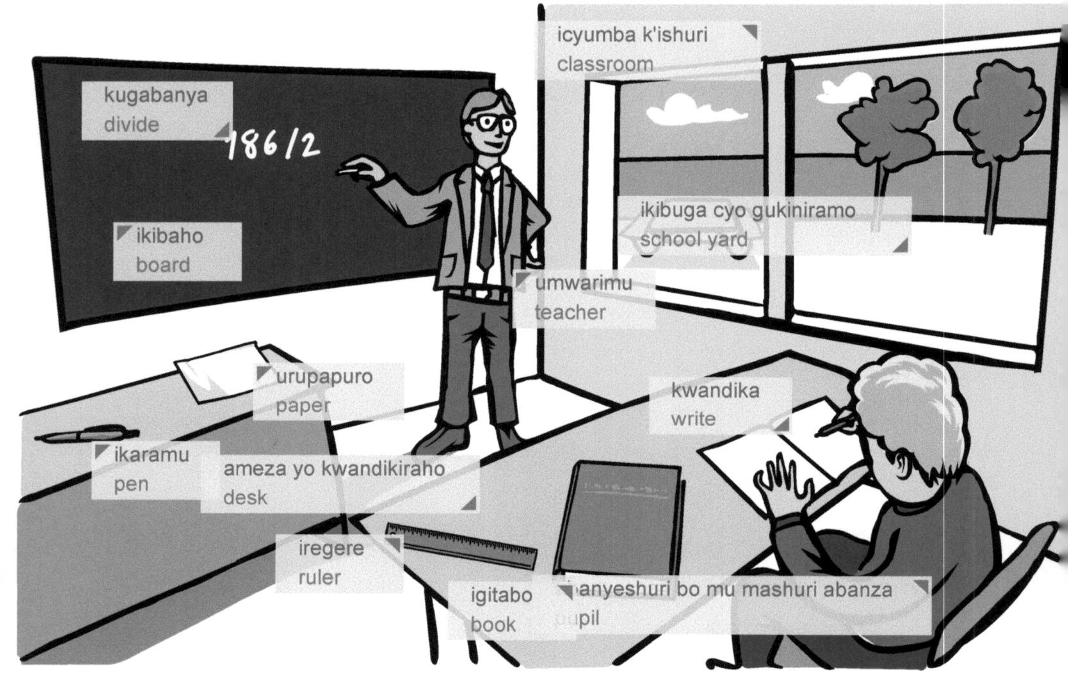

icyumba k'ishuri
classroom
kugabanya
divide
186/2
ikibaho
board
ikibuga cyo gukiniramo
school yard
umwarimu
teacher
urupapuro
paper
kwandika
write
ikaramu
pen
ameza yo kwandikiraho
desk
iregere
ruler
igitabo
book
anyeshuri bo mu mashuri abanza
pupil

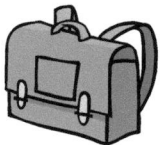

agahago k'ishuri

satchel

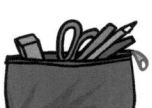

agasanduku k'amakaramu y'igiti

pencil case

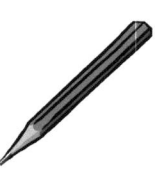

ikaramu y'igiti

pencil

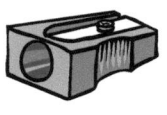

tayekereyo

pencil sharpener

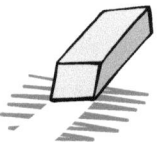

igome

rubber

ikayi yo gushushanya

drawing pad

igishushanyo

drawing

uburoso bwo gusigisha

paintbrush

agasanduku k'amarangi y'amabara

paint box

umukasi

scissors

kore

glue

ikayi y'imyitozo

exercise book

umukoro w'imuhira

homework

umubare

number

guteranya

add

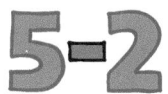

gukuramo

subtract

gukuba

multiply

kubara

calculate

ibaruwa

letter

inyuguti uko zikurikirana

alphabet

ijambo

word

umwandiko

text

gusoma

read

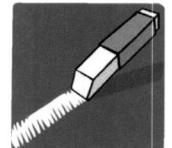

ingwa

chalk

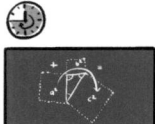

isomo

lesson

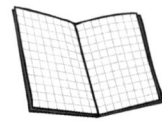

igitabo cyo
kwiyandikishamo

register

ikizami

exam

impamyabumenyi

certificate

umwambaro w'ishuri

school uniform

uburezi

education

inkoranyamagambo

encyclopedia

kaminuza

university

mikorosikope

microscope

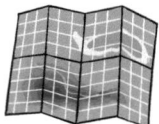

ikarita

map

pubere

waste-paper basket

urugendo
travel

hoteli
hotel
Grand
inzu y'amacumbi
hostel
ROOMS
ku muvunjayi
bureau de change
EXCHANGE
ivarisi
suitcase
imodoka
car

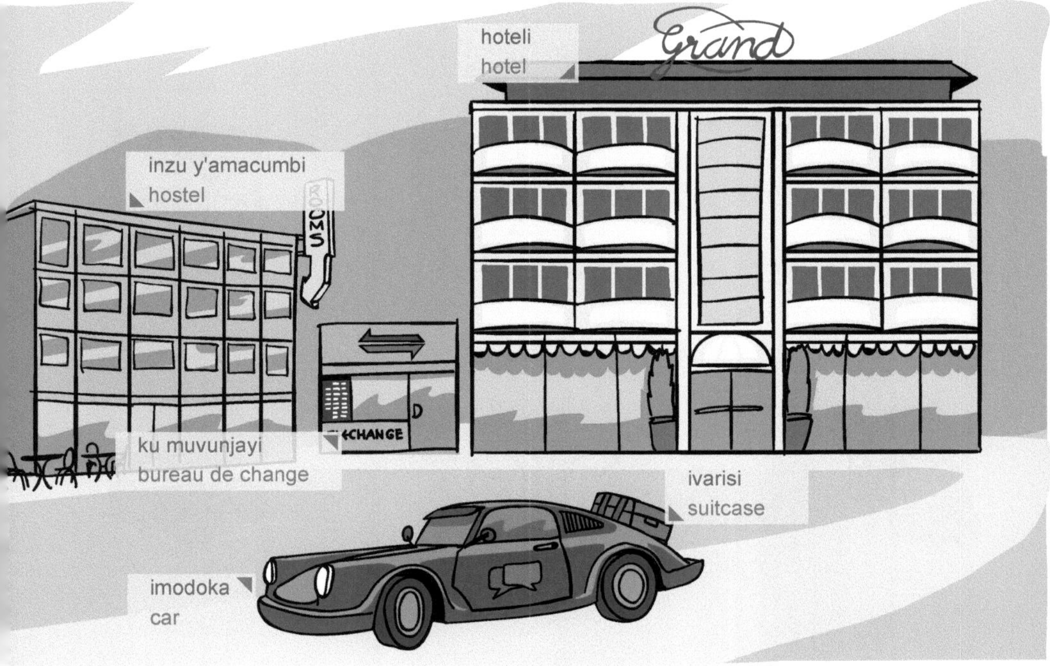

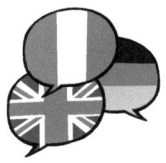

ururimi

language

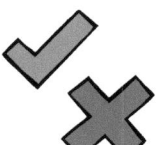

yego / oya

yes / no

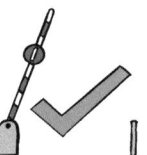

Yego

Okay

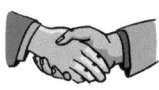

bite

hello

umusemuzi

translator

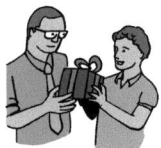

Murakoze

Thank you

ni angahe...?

how much is...?

Sinsobanukiwe

I do not understand

ikibazo

problem

wiriwe!

Good evening!

Waramutse

Good morning!

Ijoro ryiza

Good night!

bayi

bye bye

ikerekezo

direction

imizigo

luggage

igikapo

bag

igikapo baheka

backpack

umushyitsi

guest

icyumba

room

agafuko baryamamo

sleeping bag

ihema

tent

makuru y'ahasurwa na ba mukerarugendo

tourist information

ku musenyi wo ku mazi

beach

ikarita ya banki

credit card

ifunguro ryo gusamura

breakfast

ifunguro rya ku manywa

lunch

ifunguro rya nimugoroba

dinner

itike

ticket

asanseri

lift

itembure

stamp

umupaka

border

gasutamo

customs

ambasade

embassy

viza

visa

pasiporo

passport

gutwara abantu n'ibintu

transport

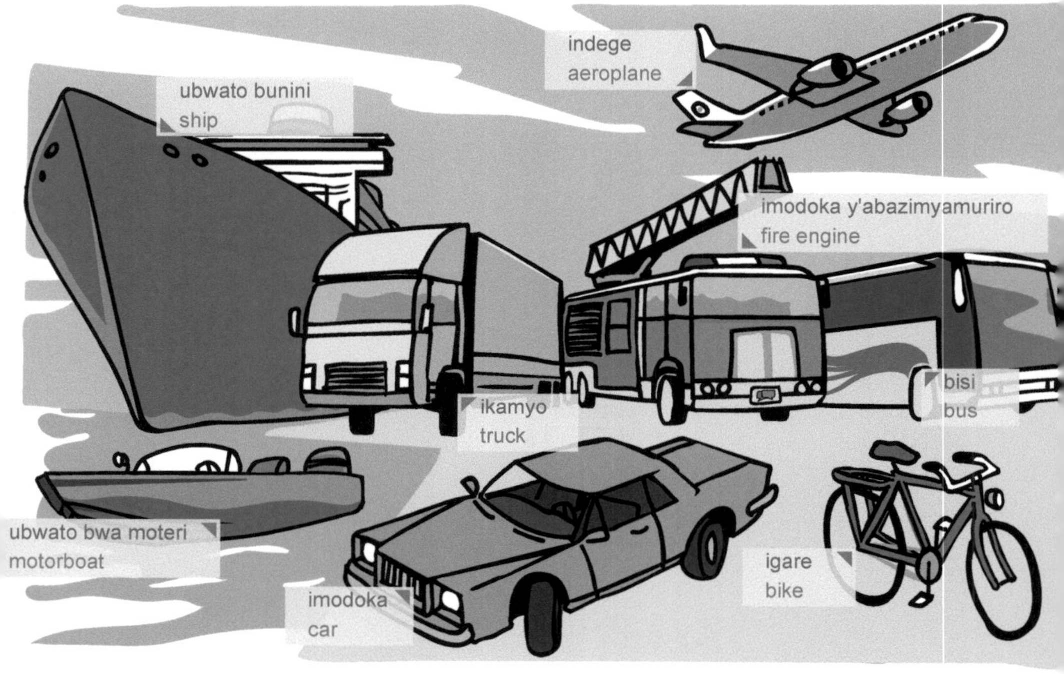

indege
aeroplane
ubwato bunini
ship
imodoka y'abazimyamuriro
fire engine
bisi
bus
ikamyo
truck
ubwato bwa moteri
motorboat
igare
bike
imodoka
car

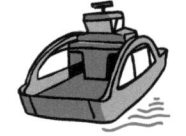

ubwato bwambutsa imizigo n'abantu

ferry

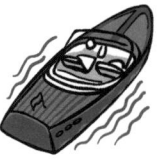

ubwato

boat

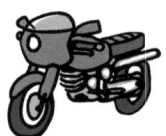

ipikipiki

motorbike

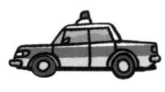

imodoka ya polisi

police car

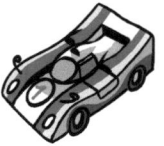

imodoka ya kuruse

racing car

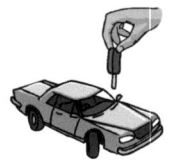

imodoka ikodeshwa

rental car

gusangira imodoka

car sharing

imodoka iterura izindi

breakdown truck

imodoka iyora imyanda

refuse truck

moteri

motor

lisansi

fuel

sitasiyo ya lisansi

petrol station

cyapa kiyobora imodoka

traffic sign

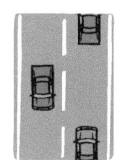

urujya n'uruza rw'imodoka

traffic

ambuteyaje

traffic jam

parikingi y'imodoka

car park

gare ya gariyamoshi

train station

inzira ya gariyamoshi

tracks

gariyamoshi

train

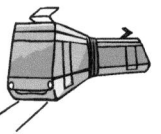

bisi ikoresha
amashanyarazi

tram

agatete k'imizigo gakururwa
n'imodoka

carriage

kajugujugu

helicopter

ikibuga k'indege

airport

umunara

tower

umugenzi

passenger

konteneri

container

ikarito

carton

akagorofani ko mu iduka

cart

agaseke

basket

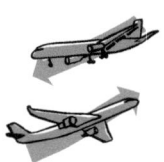

kuguruka / kururuka

take off / land

umugi
city

umudugudu

village

mu mujyi rwagati

city centre

inzu

house

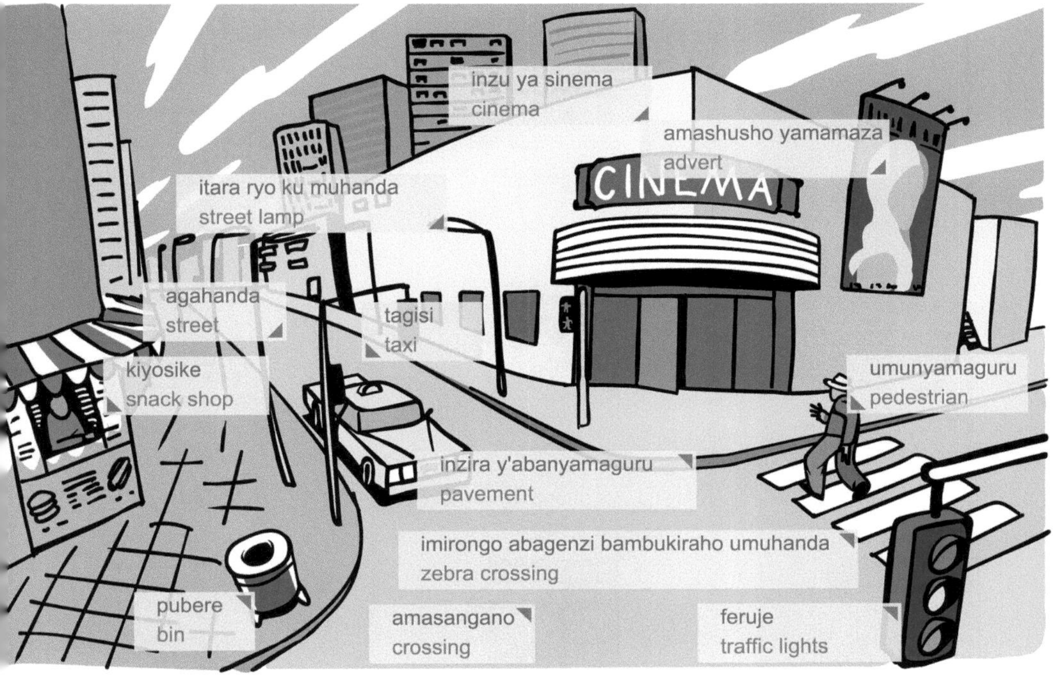

inzu ya sinema
cinema

amashusho yamamaza
advert

itara ryo ku muhanda
street lamp

agahanda
street

tagisi
taxi

kiyosike
snack shop

umunyamaguru
pedestrian

inzira y'abanyamaguru
pavement

imirongo abagenzi bambukiraho umuhanda
zebra crossing

pubere
bin

amasangano
crossing

feruje
traffic lights

akaruri
hut

inzu ifatanye n'izindi
flat

gare ya gariyamoshi
train station

ibiro bya meya
town hall

inzu ndangamurage
museum

ishuri
school

kaminuza

university

banki

bank

ibitaro

hospital

hoteli

hotel

farumasi

pharmacy

ibiro

office

inzu bagurishirizamo ibitabo

book shop

iduka

shop

umucuruzi w'indabo

florist's

amangazini manini

supermarket

isoko

market

idepo

department store

umucuruzi w'amafi

fishmonger's

iduka rinini

shopping centre

icyambu

harbour

parike

park

intebe y'urubaho

bench

iteme

bridge

amadarajya

stairs

inzira yo munsi y'ubutaka

underground

umuhanda wo munsi y'ubutaka

tunnel

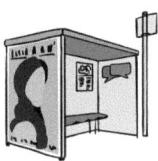

icyapa cya bisi

bus stop

bare

bar

resitora

restaurant

gasanduku k'amabaruwa

postbox

icyapa cyo ku muhanda

street sign

mubazi ya parikingi

parking meter

zoo

zoo

pisine

swimming pool

umusigiti

mosque

ifamu

farm

kwangiza umwuka

pollution

irimbi

graveyard

ikiriziya

church

ikibuga k'imikino

playground

urusengero

temple

umurambi
landscape

ikibabi
leaf
icyapa kiyobora
signpost
inzira
way
umukenke
meadow
ibuye
stone
umuntu utembera mu misozi
hiker
igiti
tree
umugezi
river
ibyatsi
grass
indabo
flower

ikibaya

valley

agasozi

hill

ikiyaga

lake

ishyamba

forest

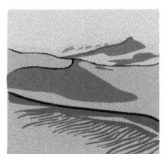

ubutayu

desert

ikirunga

volcano

ingoro

castle

umukororombya

rainbow

icyobo

mushroom

ikigazi

palm tree

umubu

mosquito

isazi

fly

intozi

ant

uruyuki

bee

igitaganguirwa

spider

umurambi - landscape

15

ikivumvuri

beetle

igikeri

frog

inkima

squirrel

imbuni

hedgehog

urukwavu

hare

igihunyira

owl

inyoni

bird

igishuhe

swan

isatura

boar

ingeragere

deer

impongo

moose

urugomero

dam

igipanga kikaraga kikazana
umuyaga

wind turbine

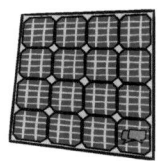

urubaho rukurura imirasire

solar panel

ikirere

climate

resitora
restaurant

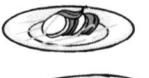

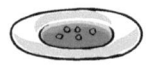

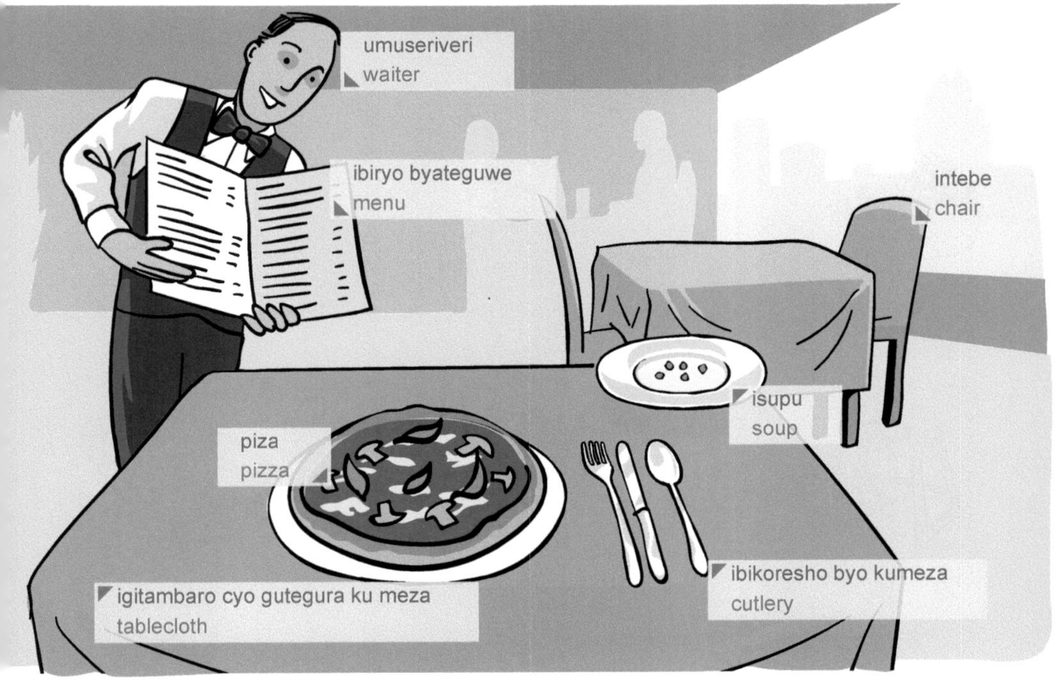
umuseriveri
waiter
ibiryo byateguwe
menu
intebe
chair
isupu
soup
piza
pizza
igitambaro cyo gutegura ku meza
tablecloth
ibikoresho byo kumeza
cutlery

aperitifu

starter

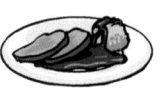

isahani nkuru

main course

deseri

dessert

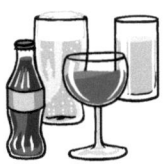

ibinyobwa

drinks

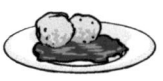

ibiribwa

food

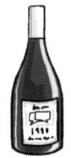

icupa

bottle

ibiryo barya bagenda

fast food

ibiryo byo kumuhanda

street food

ibirika y'icyayi

teapot

agakombe k'isukari

sugar bowl

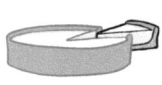

isahani y'ibiryo

portion

imashini y'ikawa ya esipereso

espresso machine

intebe ndende

high chair

inyemezabuguzi

bill

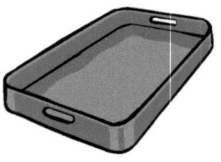

ipurato

tray

icyuma

knife

ikanya

fork

ikiyiko

spoon

akayiko k'icyayi

teaspoon

seriviyete

serviette

ikirahure cyo kunywesha

glass

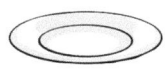

isahani

plate

isahani y'isupu

soup plate

agasutasi

saucer

isosi

sauce

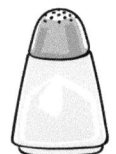

agacupa k'umunyu

salt pot

agasekuru k'urusenda

pepper mill

vinegere

vinegar

amavuta

oil

ibirunge

spices

kecapu

ketchup

mutaride

mustard

mayonezi

mayonnaise

amangazini manini
supermarket

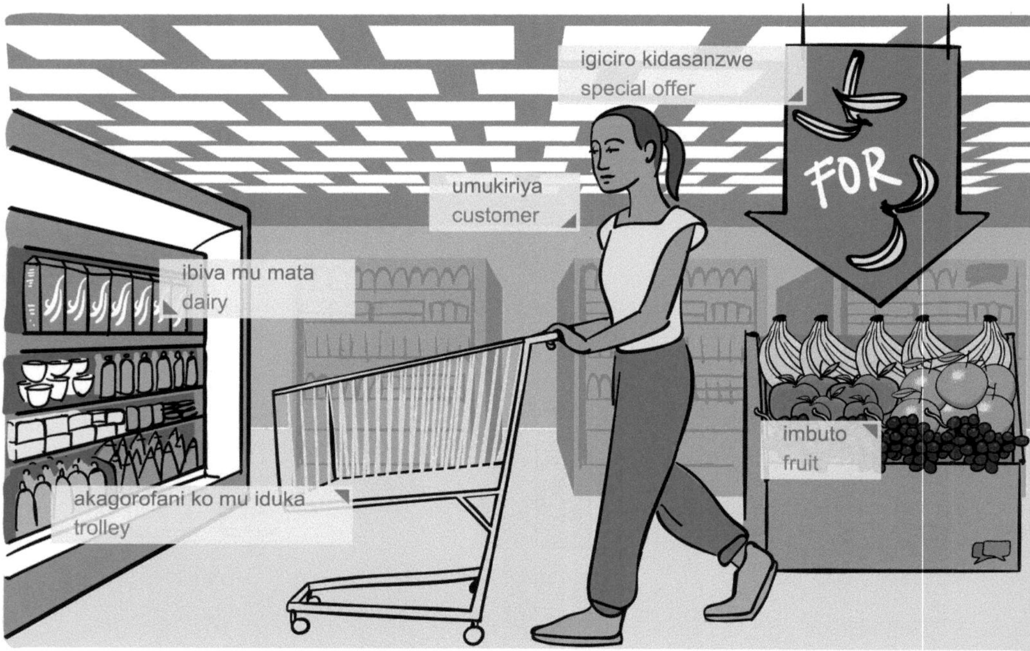

igiciro kidasanzwe
special offer
FOR
umukiriya
customer
ibiva mu mata
dairy
imbuto
fruit
akagorofani ko mu iduka
trolley

BUTCHERS

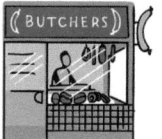

busheri

butcher´s

BAKERY

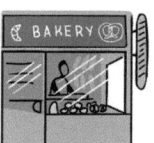

buranjeri

baker´s

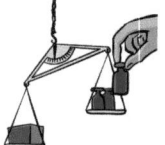

gupima ibiro

weigh

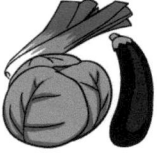

imboga

vegetables

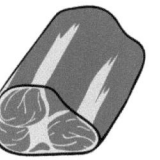

inyama

meat

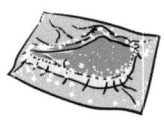

ibiryo bakonjesheje

frozen food

inyama zikonje

cold meat

ibiryo byo mu makopo

tinned food

isabune y'ifu

washing powder

bombo

sweets

ibikoresho byo mu rugo

household products

imiti isukura

cleaning products

umucuruzikazi

salesperson

kukesa

till

umubitsi

cashier

urutonde rwo guhaha

shopping list

amasaha haba hafunguye

opening hours

ipotomoni

wallet

ikarita ya banki

credit card

umufuka

bag

imifuko ya pulasitike

plastic bag

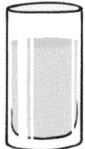

amazi

water

umutobe

juice

amata

milk

koka

coke

divayi

wine

byeri

beer

inzoga

alcohol

shokora ishyushye

cocoa

icyayi

tea

ikawa

coffee

ikawa ya esipereso

espresso

kapucino

cappuccino

umuneke

banana

pome

apple

icunga

orange

wotameloni

melon

indimu

lemon

karoti

carrot

tungurusumu

garlic

umugano

bamboo

urutunguru

onion

icyoba

mushroom

ubunyobwa

nuts

amakaroni

noodles

spageti

spaghetti

umuceri

rice

salade

salad

udufiriti

chips

ibirayi by'ifiriti

fried potatoes

piza

pizza

hamburugeri

hamburger

sanduwici

sandwich

escalope

cutlet

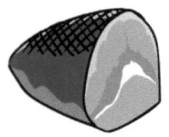

jambo

ham

salami

salami

sosiso

sausage

inkoko

chicken

kotsa

roast

ifi

fish

igikoma cy'uburo

porridge oats

pisitashi

muesli

impeke

cornflakes

ifu

flour

kuruwasa

croissant

amandazi

bread roll

umugati

bread

umugati wumishijwe

toast

ibisuguti

biscuits

amavuta

butter

forumaje year

curd

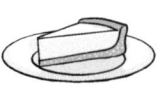

keke

cake

igi

egg

umureti

fried egg

forumaje

cheese

ayisikirimu

ice cream

isukari

sugar

ubuki

honey

konfitire

jam

shokora

chocolate spread

kiri

curry

ibiribwa - food

ifamu

farm

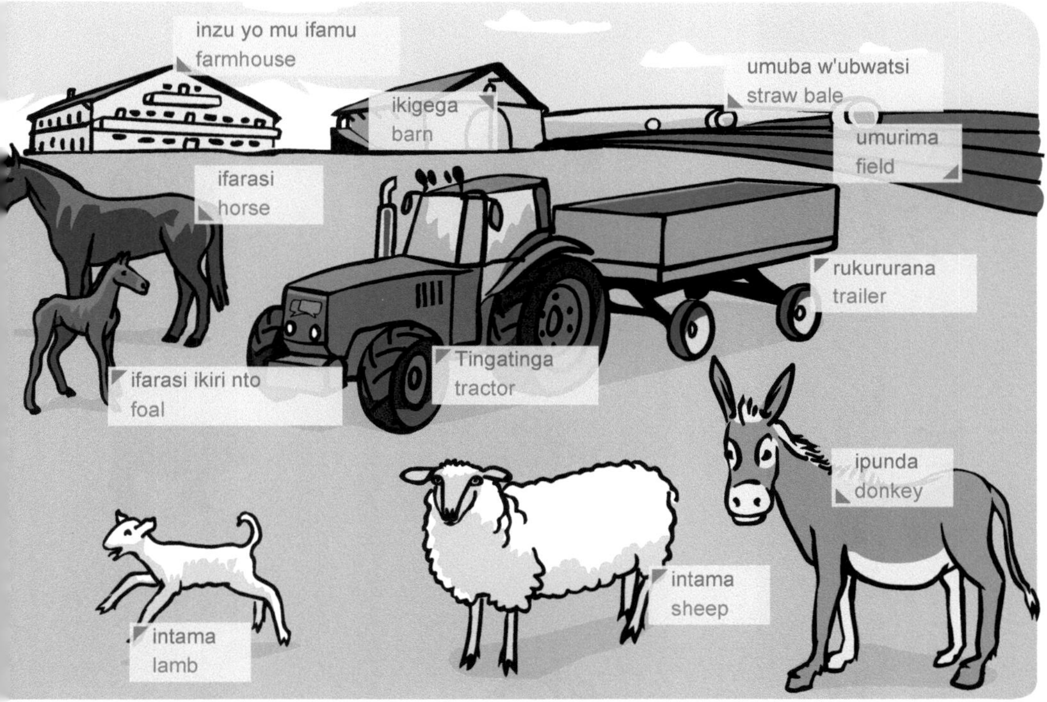

inzu yo mu ifamu
farmhouse
ikigega
barn
umuba w'ubwatsi
straw bale
umurima
field
ifarasi
horse
rukururana
trailer
Tingatinga
tractor
ifarasi ikiri nto
foal
ipunda
donkey
intama
sheep
intama
lamb

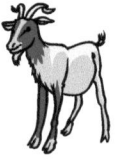

ihene

goat

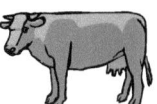

inka

cow

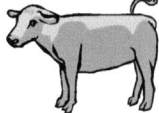

umutavu

calf

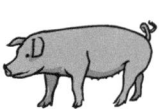

ingurube

pig

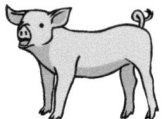

ikibwana k'ingurube

piglet

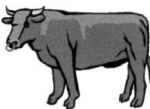

ikimasa

bull

igishuhe

goose

imbata

duck

umushwi

chick

inkokokazi

hen

isake

cock

imbeba

rat

injangwe

cat

imbeba

mouse

ikimasa

ox

imbwa

dog

ikiruka

doghouse

itiyo ijyana mu karima

garden hose

arozuwari

watering can

najuru

scythe

imashini ihinga

plough

najuru
sickle

isuka
hoe

rato
pitchfork

ishoka
axe

ingorofani
wheelbarrow

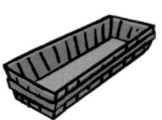

ikibumbiro
trough

inkongoro
milk can

igunira
sack

urugo
fence

ikiraro
stable

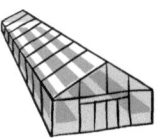

inzu ihingwamo
greenhouse

ubutaka
soil

imbuto zo gutera
seed

ifumbire
fertilizer

imashini isarura
combine harvester

ifamu - farm

gusarura

harvest

umusaruro

harvest

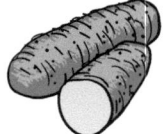

ibikoro

yams

ingano

wheat

soya

soy

ikirayi

potato

ikigori

corn

umwayi weze

rapeseed

igiti k'imbuto

fruit tree

umwumbati

cassava

impeke

cereals

inzu
house

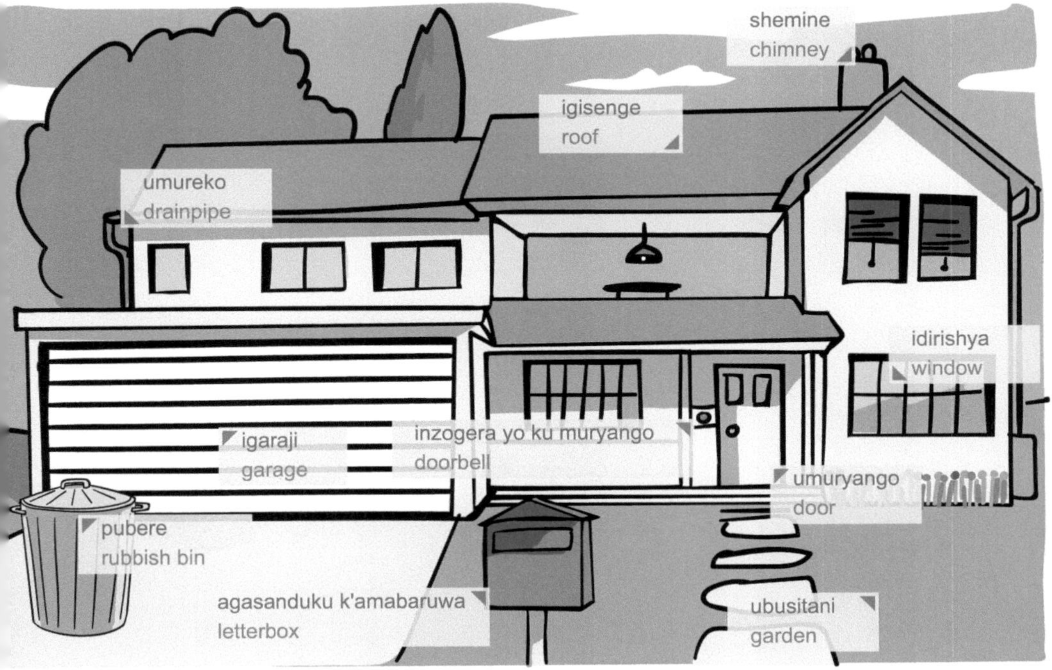
shemine
chimney
igisenge
roof
umureko
drainpipe
idirishya
window
igaraji
garage
inzogera yo ku muryango
doorbell
umuryango
door
pubere
rubbish bin
agasanduku k'amabaruwa
letterbox
ubusitani
garden

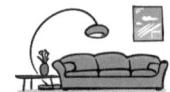

icyumba cy'uruganiriro
living room

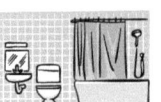

ubwogero
bathroom

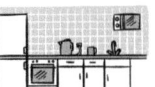

igikoni
kitchen

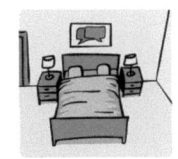

icyumba cyo kuraramo
bedroom

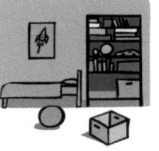

icyumba cy'abana
child's room

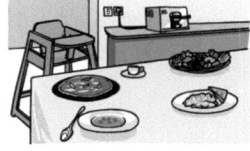

uburiro
dining room

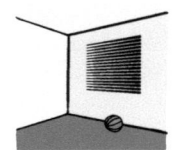

hasi

floor

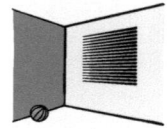

urukuta

wall

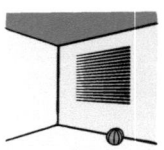

purafo

ceiling

kave

cellar

sawuna

sauna

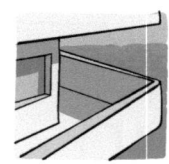

urubaraza

balcony

ku rubaraza

terrace

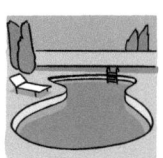

pisine

pool

imashini ikupakupa

lawn mower

umwenda utwikira

sheet

kuvureri

bedspread

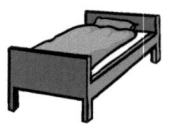

igitanda

bed

umweyo

broom

indobo

bucket

enteributeri

switch

icyumba cy'uruganiriro

living room

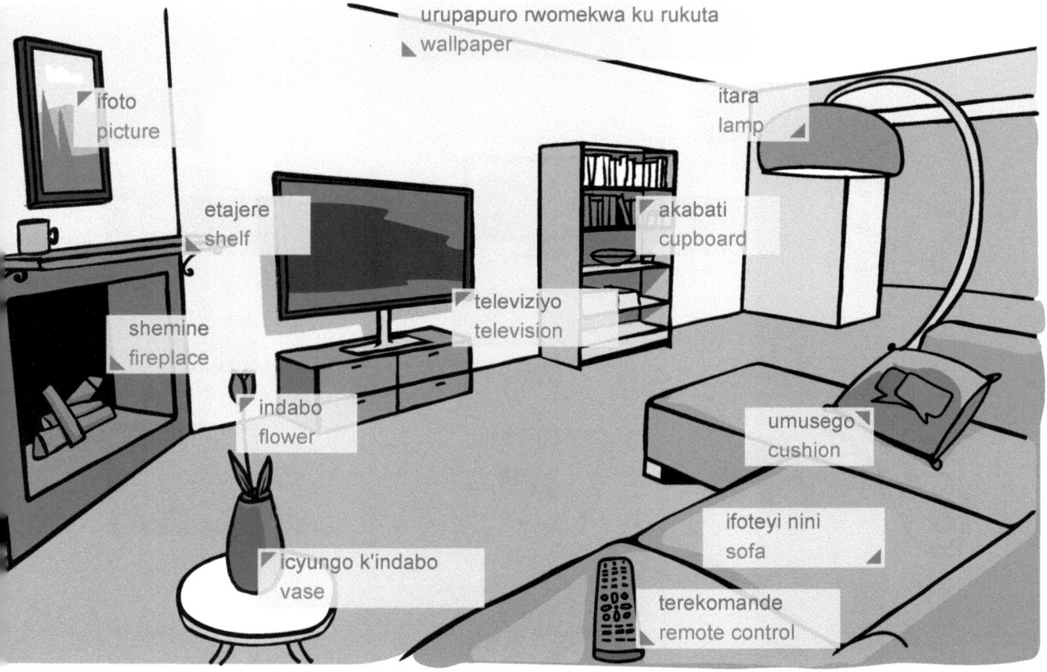

urupapuro rwomekwa ku rukuta
wallpaper
ifoto
picture
itara
lamp
etajere
shelf
akabati
cupboard
televiziyo
television
shemine
fireplace
indabo
flower
umusego
cushion
ifoteyi nini
sofa
icyungo k'indabo
vase
terekomande
remote control

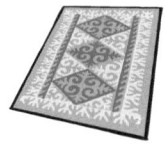

itapi

carpet

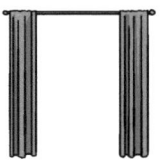

rido

curtain

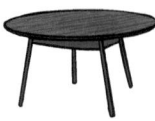

ameza

table

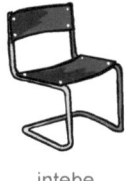

intebe

chair

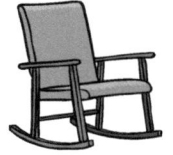

intebe yizengurutsa

rocking chair

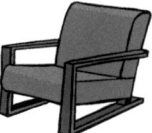

ifoteyi

armchair

igitabo

book

uburingiti

blanket

umutako

decoration

inkwi

firewood

filimi

film

ibikoresho bya hifi

hi-fi equipment

urufunguzo

key

ikinyamakuru

newspaper

ishusho

painting

icyapa

poster

iradiyo

radio

ikarine

notepad

umweyo wa kizungu
ukoresha umwka

hoover

ikimungu

cactus

buji

candle

igikoni
kitchen

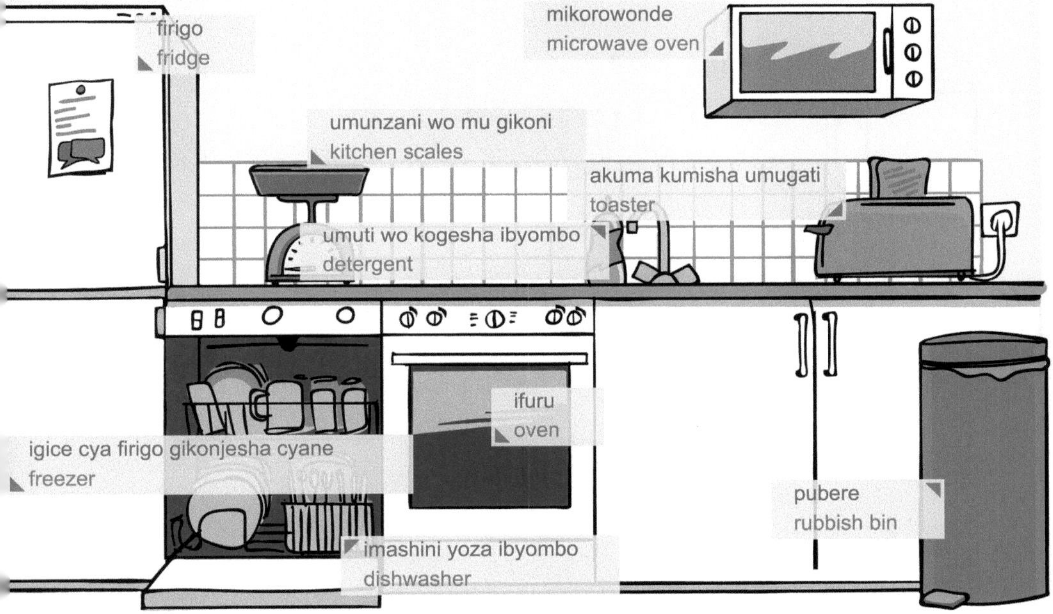

firigo
fridge
mikorowonde
microwave oven
umunzani wo mu gikoni
kitchen scales
akuma kumisha umugati
toaster
umuti wo kogesha ibyombo
detergent
ifuru
oven
igice cya firigo gikonjesha cyane
freezer
pubere
rubbish bin
imashini yoza ibyombo
dishwasher

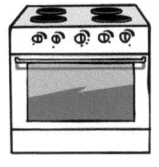

iziko

cooker

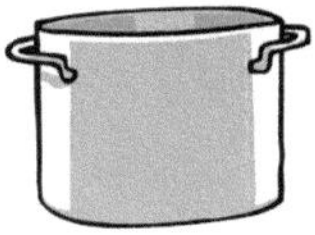

icyungo

pot

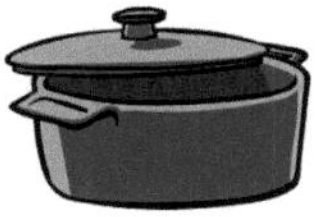

inkono y'icyuma

cast-iron pot

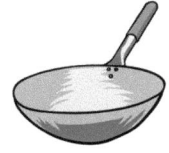

ipanu ifukuye cyane

wok / kadai

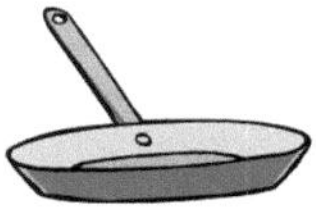

ipanu

pan

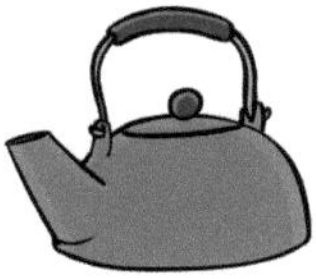

ibirika

kettle

isafuriya ya peresiyo

steamer

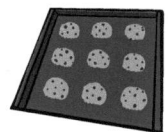

isahani yo mu ifuru

baking tray

ibyombo

crockery

igikombe

mug

isorori

bowl

uduti abashinwa barisha

chopsticks

ikiyiko kigabura

ladle

lkiyiko cyarura ifiriti

spatula

umutozo

whisk

paswari

strainer

akayunguruzo

sieve

agaharuzo ka karoti

grater

isekuru

mortar

icyokezo

barbecue

shomine

open fire

akabaho ko gukatiraho
imboga

chopping board

umwuko

rolling pin

urufunguzo rwa divayi

corkscrew

agakopo

can

urufunguzo rw'amakopo

can opener

umukondo w'icyungo

pot holder

ravabo

sink

uburoso

brush

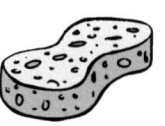

iponji

sponge

mixer

blender

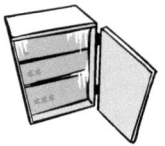

firigo itambitse

deep freezer

bibero

baby bottle

robine

tap

ubwogero
bathroom

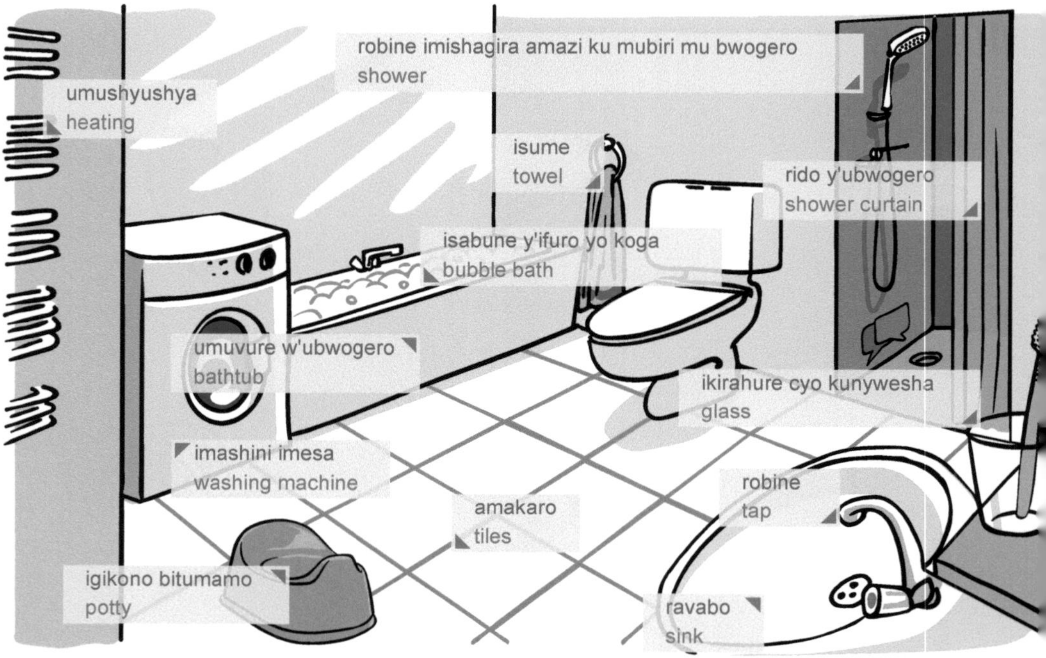

robine imishagira amazi ku mubiri mu bwogero
shower
umushyushya
heating
isume
towel
rido y'ubwogero
shower curtain
isabune y'ifuro yo koga
bubble bath
umuvure w'ubwogero
bathtub
ikirahure cyo kunywesha
glass
imashini imesa
washing machine
robine
tap
amakaro
tiles
igikono bitumamo
potty
ravabo
sink

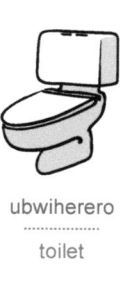

ubwiherero
toilet

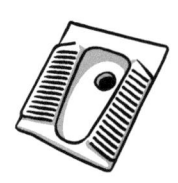

umusarani wo gusutama
squat toilet

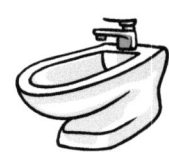

igikono cy'ubwiherero bwo mu nzu
bidet

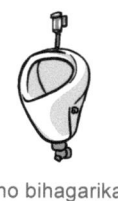

aho bihagarika
urinal

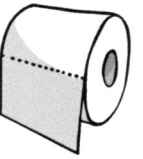

papiyejenike
toilet paper

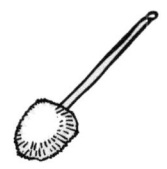

uburoso bwo mu bwiherero
toilet brush

uburoso bw'amenyo

toothbrush

korogati

toothpaste

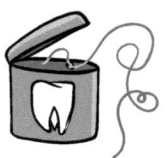

akagozi ko kwihaganyuza
amenyo

dental floss

gukaraba

wash

akamishagira amazi ku
mubiri bafata mu ntoki

handheld shower

ubwogero bw'amazi yisuka

douche

vabo bakarabiramo intoki

basin

uburoso bwo kwitsiritisha
mu mugongo

back brush

isabune

soap

sabune yo mu bwogero

shower gel

isabune yo kumeshesha
umusatsi

shampoo

icyangwe cyo kwiyuhagiza

flannel

uyobora amazi yanduye

drain

ikimuri

cream

umubavu

deodorant

ikirori cyo mu ntoki
mirror

ikirori cyo mu ntoki
hand mirror

urwembe
razor

ifuro ryo kurinda imiburu
shaving foam

umuti ukingira imiburu
aftershave

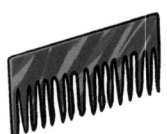

igisokozo
comb

uburoso
brush

imashini yumisha umusatsi
hair dryer

amarashi y'umusatsi
hairspray

igishahuro cyo kwitera
makeup

rujalevure
lipstick

verini y'inzara
nail varnish

ipamba
cotton wool

agasena inzara
nail scissors

umubavu
perfume

agafuka k'ibikoresho byo
mu bwogero

washbag

intebe

stool

umunzani

weighing scale

ikanzu yo kujyana mu
bwogero

bathrobe

udupfukantoki two
gusukuza

rubber gloves

urubindo

tampon

udupapuro two
wihanaguza mu bwiherero

sanitary towel

ubwiherero bwimukanwa

chemical toilet

icyumba cy'abana

child's room

inzogera y'isaha ikangura
alarm clock
igipupe gikoze mu myenda
cuddly toy
udukinisho tw'imodoka
toy car
ikinyuguri
rattle
inzu y'ibipupe
doll's house
impano
present

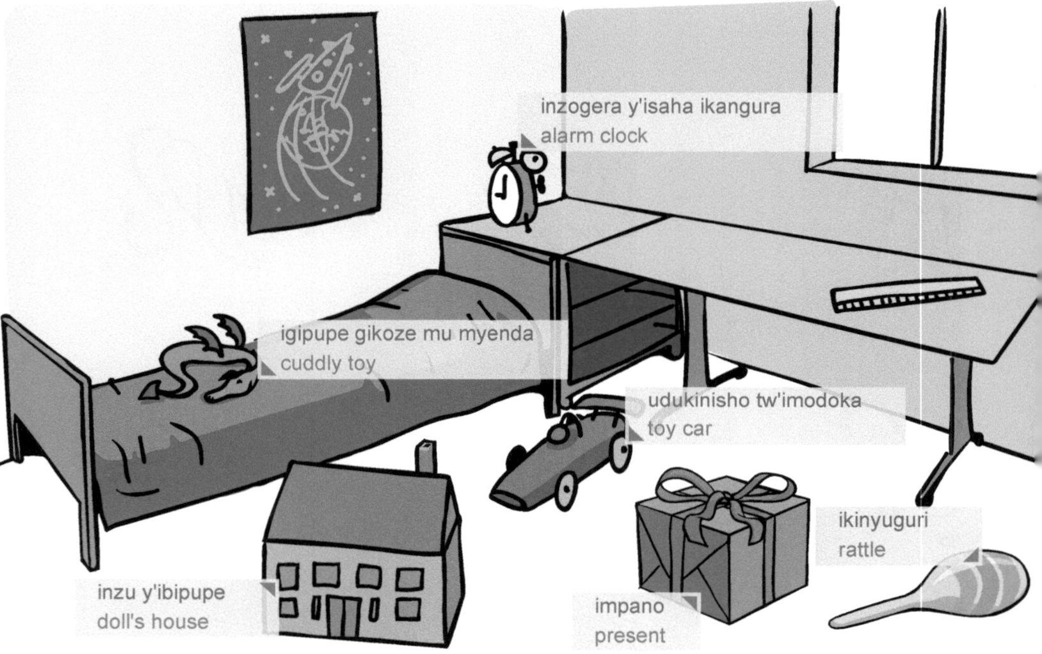

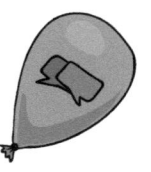

ballon

balloon

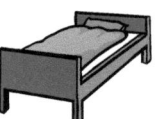

igitanda

bed

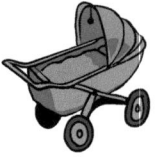

agapusipusi

pram

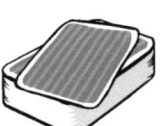

amakarita

deck of cards

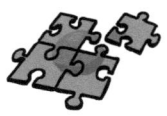

kubaka ishusho bacagaguye

jigsaw

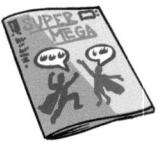

inkuru isetsa

comic

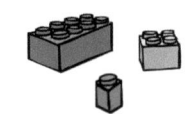

gucomekanya udutafari

lego bricks

udutafari tw'udukinisho

building blocks

igikinisho

action figure

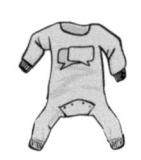

ipinjama y'uruhinja

babygrow

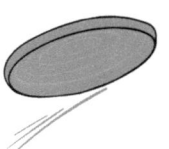

gutera indege

frisbee

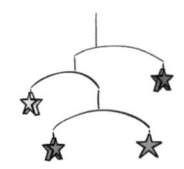

terefoni ngendanwa

mobile

imikino yo kuganiriraho

board game

igisoro

dice

gariyamoshi y'igikinisho

model train set

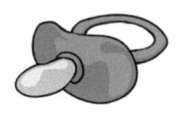

ikinyonyo

dummy

umunsi mukuru

party

arubumu

picture book

umupira

ball

agapupe

doll

gukina

play

igikarito cy'umucanga

sandpit

urwicundo

swing

ibikinisho

toys

agasanduku k'imikino yo kuri videwo

video game console

akagare k'imipine itatu

tricycle

igipupe k'ibyoya

teddy bear

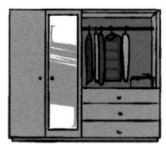

akabati k'imyenda

wardrobe

imyambaro
clothing

amasogisi

socks

amasogisi afatanye n'ikariso

stockings

kora

tights

akitero
scarf

umutaka
umbrella

agapira ko hejuru
t-shirt

umukandara
belt

bote
boots

inkweto zo kubyukana
slippers

superese
trainers

isandari
sandals

inkweto
shoes

bote za kawucu
rubber boots

imyenda y'imbere
underpants

isutiye
bra

isengeri
vest

body
body

ipantalo
trousers

ikoboyi
jeans

ijipo
skirt

ishati y'abagore
blouse

ishati
shirt

umupira w'imbeho
pullover

umupira w'ingofero
hoodie

agakoti
blazer

ijaketi
jacket

ikoti
coat

ikoti ry'imvura
raincoat

umwambaro w'ibikino
costume

ikanzu
dress

ikanzu y'abageni
wedding dress

kostitimu

suit

ikanzu yo kurarana

nightgown

ipinjama

pyjamas

mukenyero w'abahindikazi

sari

igitambaro cyo mu mutwe

headscarf

urugori

turban

umwitandiro uhisha isura

burqa

ikanzu ndende

kaftan

igishura

abaya

imyenda yo
kwidumbaguzanya

swimsuit

ikariso yo
kwidumbaguzanya

trunks

ikabutura

shorts

tereningi

tracksuit

itaburiya

apron

udupfukantoki

gloves

igipesu

button

amadarubindi

glasses

igikomo

bracelet

umukufi

necklace

impeta

ring

iherena

earring

ingofero

cap

porutemanto

coat hanger

ingofero

hat

karuvati

tie

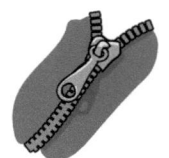

imashini yo ku mwenda

zip

kasike

helmet

amaburuteri

braces

umwambaro w'ishuri

school uniform

impuzankano

uniform

agakingirankonda
....
bib

ikinyonyo
....
dummy

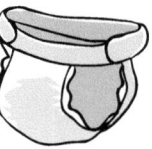

amaranje
....
nappy

ibiro
office

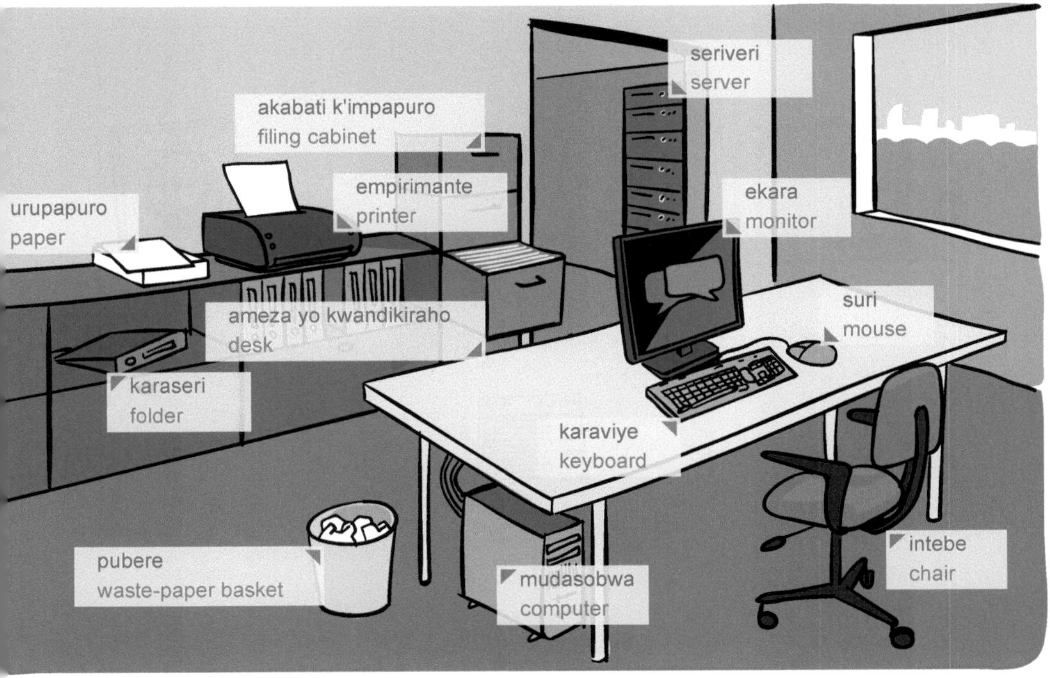

seriveri
server

akabati k'impapuro
filing cabinet

empirimante
printer

urupapuro
paper

ekara
monitor

ameza yo kwandikiraho
desk

suri
mouse

karaseri
folder

karaviye
keyboard

pubere
waste-paper basket

intebe
chair

mudasobwa
computer

igikombe k'ikawa
....
coffee mug

akabarisho
....
calculator

enterineti
....
internet

laputopu

laptop

ibaruwa

letter

ubutumwa

message

ngendanwa

mobile

netiwake

network

fotokopiyeze

photocopier

porogaramu

software

telefoni

telephone

purize

plug socket

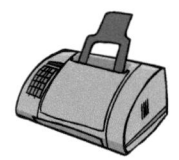

imashini yohereza fagisi

fax machine

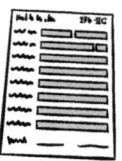

fomu

form

inyandiko

document

kugura

buy

kwishyura

pay

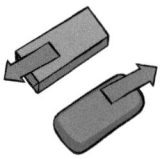

gucuruza

trade

amafaranga

money

idorari

dollar

iyero

euro

iyeni

yen

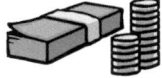

irubure

rouble

ifaranga ry'irisuwisi

Swiss franc

iriyuwani

renminbi yuan

irupi

rupee

icyuma cya banki
babikurizaho

cashpoint

ku muvunjayi

bureau de change

zahabu

gold

feza

silver

peteroli

oil

ingufu z'amashanyarazi

energy

igiciro

price

kontaro

contract

tagisi

tax

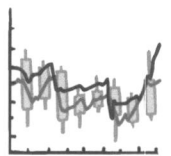

isoko ryo kugura no kugurisha

stock

gukora

work

umukozi

employee

umukoresha

employer

uruganda

factory

iduka

shop

imirimo
occupations

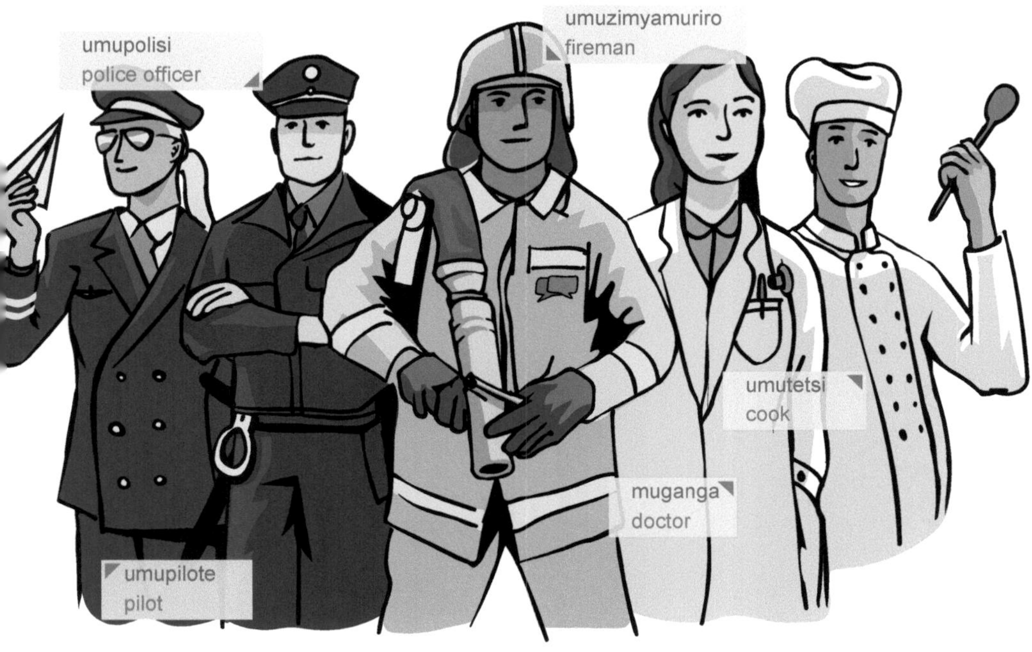
umupolisi
police officer
umuzimyamuriro
fireman
umutetsi
cook
muganga
doctor
umupilote
pilot

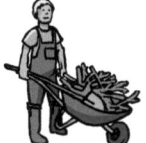

umujaridiniye

gardener

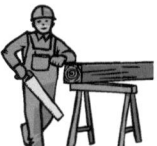

umubaji

carpenter

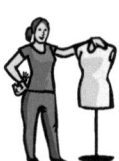

umudozi

seamstress

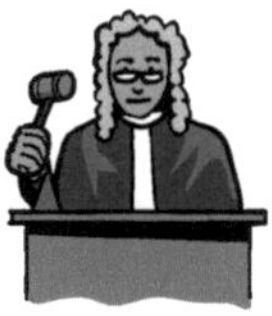

umucamanza

judge

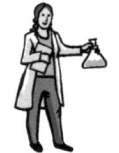

umunyabutabire

chemist

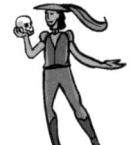

umukinnyi wa filimi

actor

umushoferi wa bisi

bus driver

umushoferi wa tagisi

taxi driver

umurobyi

fisherman

umugore ushinzwe gukora
isuku

cleaning lady

umufundi usakara

roofer

umuseriveri

waiter

umuhigi

hunter

umuntu usiga irangi

painter

Umuntu ukora imigati

baker

Umuntu ukora mu
mashanyarazi

electrician

umufundi

builder

injenyeri

engineer

umubazi

butcher

umutnu ukora mu mazi

plumber

umuparanto

postman

umusirikare

soldier

umwubatsi

architect

umubitsi

cashier

nuntu ukora mu by'indabo

florist

kimyozi

hairdresser

komvuwayeri

conductor

umukanishi

mechanic

kapiteni

captain

muganga w'amenyo

dentist

umuhanga muri siyansi

scientist

rabi

rabbi

imamu

imam

umumwane

monk

umuyobozi w'idini

clergyman

ibikoresho
tools

inyundo
hammer
igifashi
pliers
turunevisi
screwdriver
isupani
spanner
itoroshi
torch

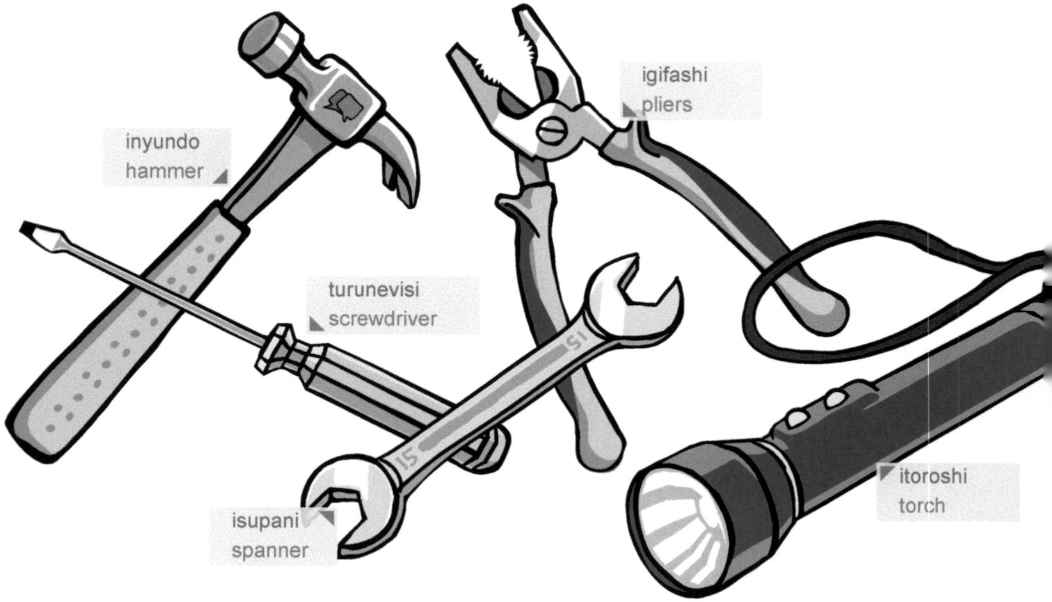

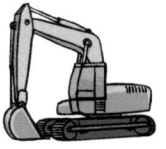

ipiki

digger

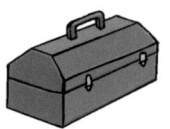

isanduku y'ibikoresho

toolbox

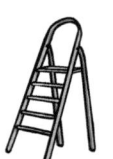

urwego

ladder

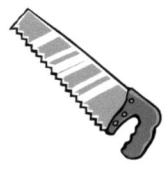

urukero

saw

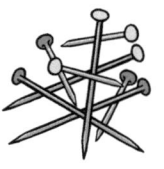

imisumari

nails

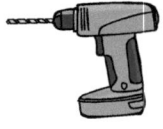

itindo

drill

gusana
....
repair

igitiyo
....
shovel

wo gacwa we
....
Damn!

igitiyo
....
dustpan

igikombe k'irangi
....
paint pot

amavisi
....
screws

ibyuma by'umuziki
musical instruments

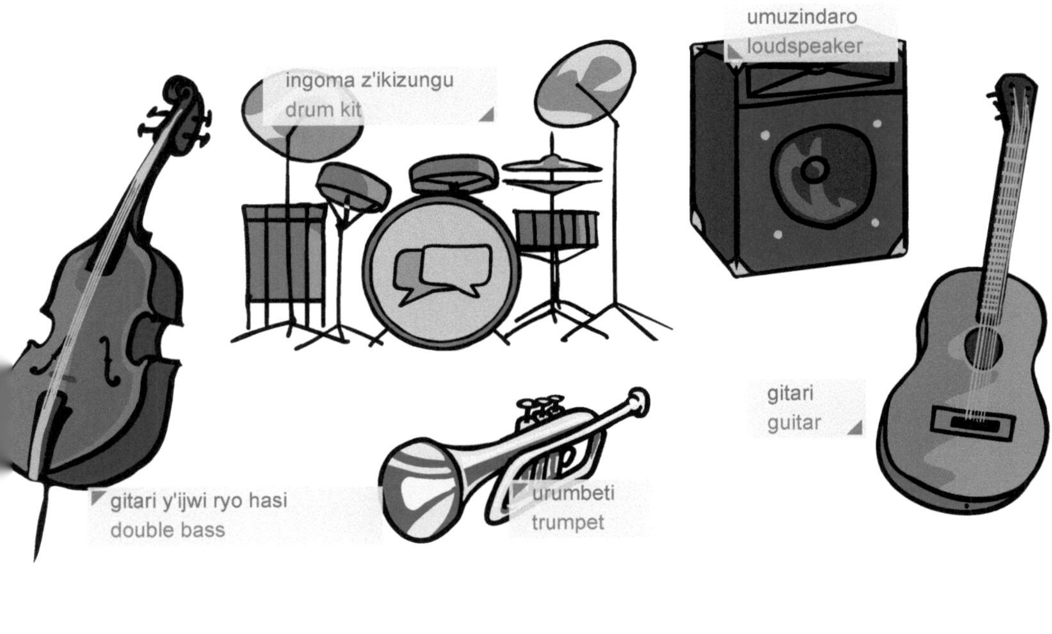

ingoma z'ikizungu
drum kit

umuzindaro
loudspeaker

gitari
guitar

gitari y'ijwi ryo hasi
double bass

urumbeti
trumpet

piyano

piano

iningiri

violin

gitari idunda

bass

sembare

timpani

ingoma

drums

inanga ya kizungu

keyboard

sagisofone

saxophone

umwirongi

flute

indangururamajwi

microphone

ibyuma by'umuziki - musical instruments

igitaragwe
tiger

umuryango
entrance

ikibuti
cage

imparage
zebra

ibiryo by'amatungo
animal feed

panda
panda

inyamaswa

animals

inzovu

elephant

kanguru

kangaroo

inkura

rhino

ingagi

gorilla

idubu

bear

ingamiya

camel

imbuni

ostrich

intare

lion

inguge

monkey

uruyongoyongo

flamingo

gasuku

parrot

idubu yo mu bukonie

polar bear

inyoni yo ku mazi

penguin

igifi kinini

shark

inyoni y'amasunzu

peacock

inzoka

snake

ingona

crocodile

umurinzi

zookeeper

umuhuri

seal

ingwe

jaguar

icyana k'ifarasi
pony

ingwe
leopard

imvubu
hippo

umusumbarembo
giraffe

inkona
eagle

isatura
boar

ifi
fish

akanyamasyo
turtle

igifi k'imikaka
walrus

umuhari
fox

isha
gazelle

Futuboro y'abanyamerika
American football

gusiganwa ku magare
cycling

tenisi
tennis

Basiketi
basketball

umukino wo koga
swimming

Hoke yo ku rubura
ice hockey

umukino w'amakofe
boxing

umupira w'amaguru

football

umukino wa badminton

badminton

abakina imikino
ngororamubiri

athletics

handibolo

handball

guserereka kuri neje

skiing

polo

polo

ibikorwa
activities

gusimbuka
jump
guhobera
hug
guseka
laugh
kugenda
walk
kuririmba
sing
kurota
dream
gusenga
pray
gusomana
kiss

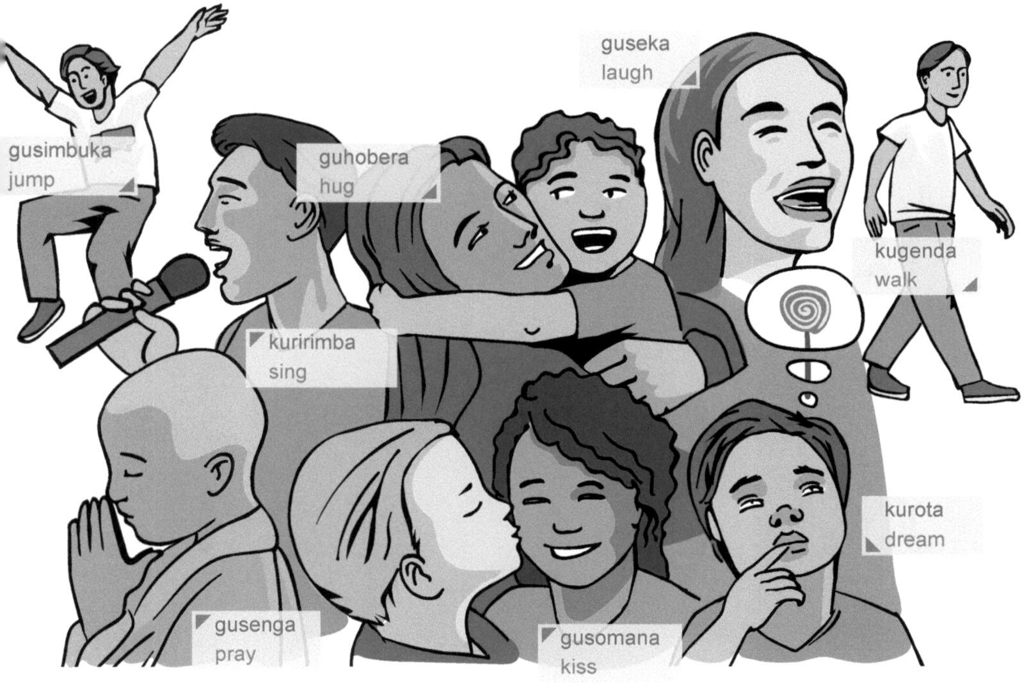

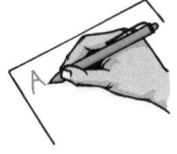

kwandika

write

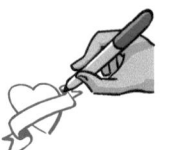

gushushanya

draw

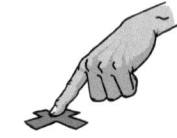

kwerekana

show

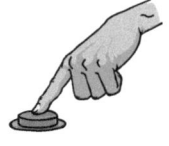

gusunika

push

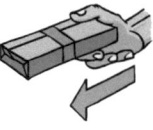

gutanga

give

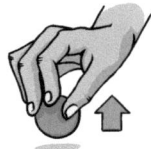

gufata

take

kugira

have

gukora

do

kuba

be

guhaguruka

stand

kwiruka

run

gukurura

pull

kujugunya

throw

kugwa

fall

kuryama

lie

gutegereza

wait

kwikorera

carry

kwicara

sit

kwambara

get dressed

gusinzira

sleep

gukanguka

wake up

kureba

look at

kurira

cry

kwagaza

stroke

gusokoza

comb

kuvuga

talk

gusobanukirwa

understand

kubaza

ask

kumva

listen

kunywa

drink

kurya

eat

gushyira ku murongo

tidy up

gukunda

love

guteka

cook

gutwara imodoka

drive

kuguruka

fly

kugashya

sail

kubara

calculate

gusoma

read

kwiga

learn

gukora

work

kurongora

marry

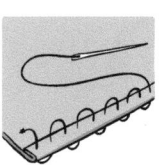

kudoda

sew

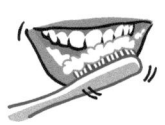

uburoso bw'amenyo

brush teeth

kwica

kill

kunywa itabi

smoke

kohereza

send

umuryango
family

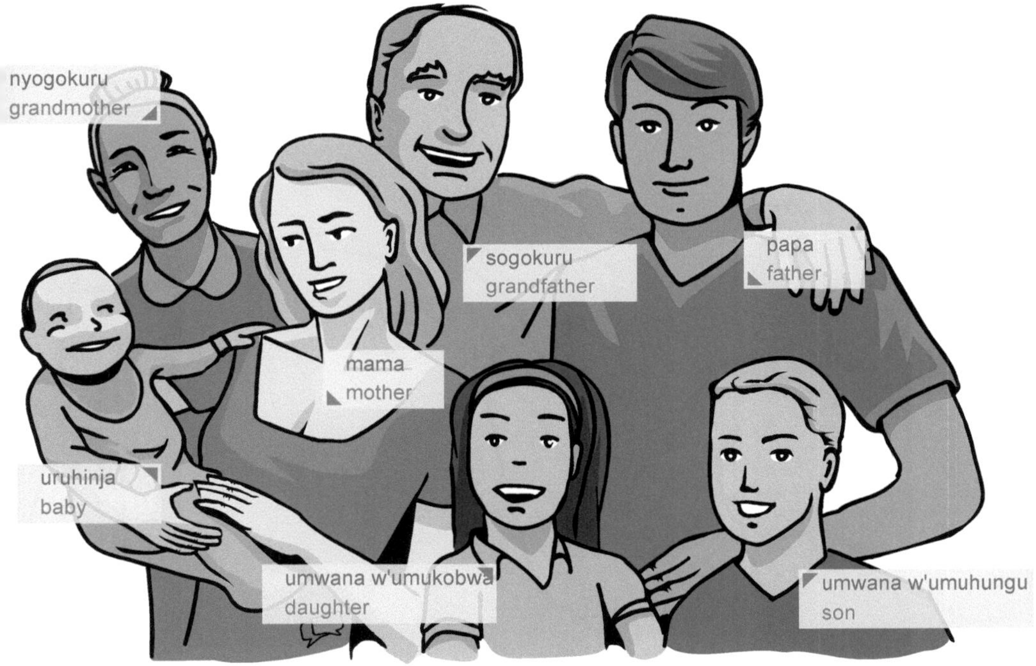
nyogokuru
grandmother
sogokuru
grandfather
papa
father
mama
mother
uruhinja
baby
umwana w'umukobwa
daughter
umwana w'umuhungu
son

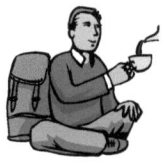

umushyitsi

guest

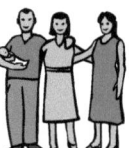

masenge

aunt

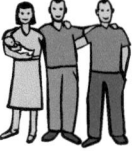

marume

uncle

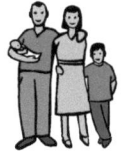

musaza wange

brother

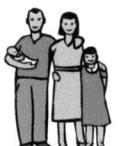

mushiki wange

sister

umubiri
body

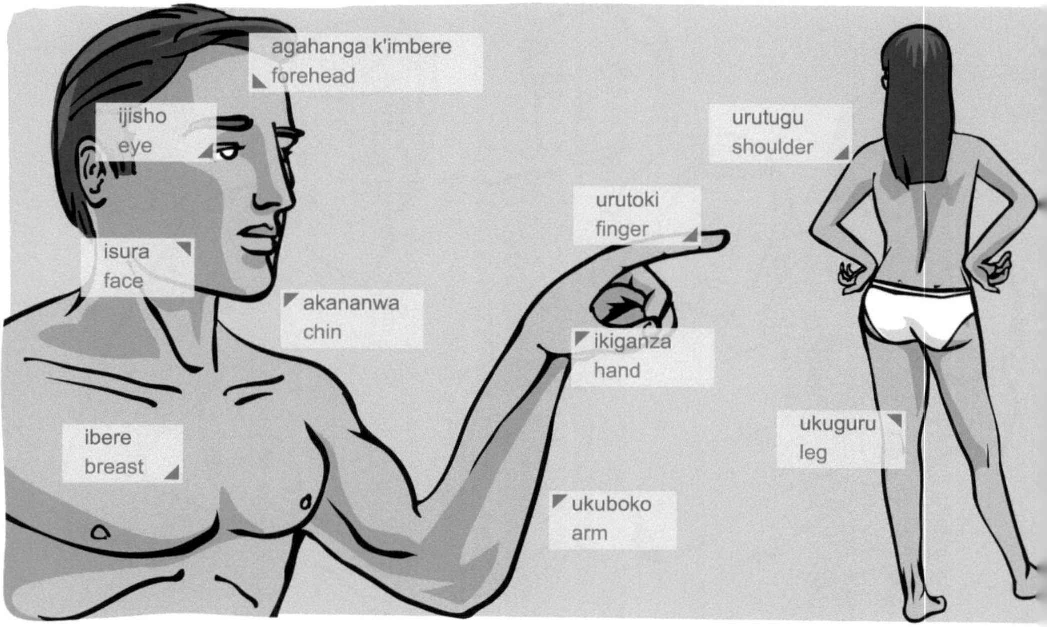

agahanga k'imbere
forehead

ijisho
eye

urutugu
shoulder

urutoki
finger

isura
face

akananwa
chin

ikiganza
hand

ibere
breast

ukuguru
leg

ukuboko
arm

uruhinja

baby

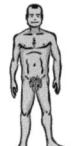

umugabo

man

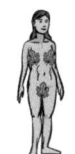

umugore

woman

umukobwa

girl

umuhungu

boy

umutwe

head

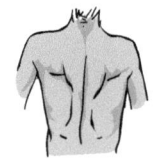

umugongo

back

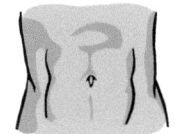

inda

belly

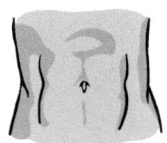

umukondo

belly button

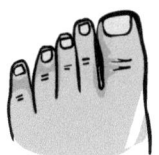

ino

toe

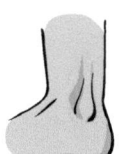

agatsinsino

heel

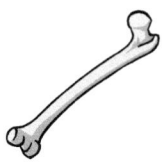

igufa

bone

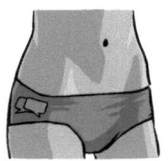

amayunguyungu

hip

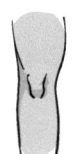

ivi

knee

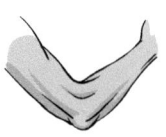

inkokora

elbow

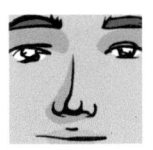

izuru

nose

ikibuno

bottom

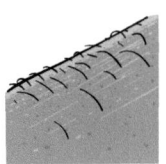

uruhu

skin

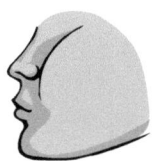

itama

cheek

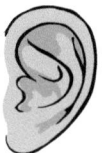

ugutwi

ear

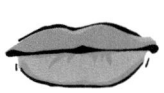

umunwa

lip

mu munwa

mouth

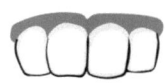

iryinyo

tooth

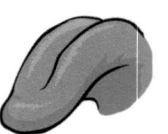

ururimi

tongue

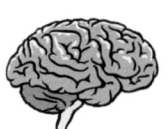

ubwonko

brain

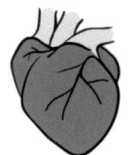

umutima

heart

umutsi

muscle

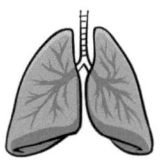

ibihaha

lung

umwijima

liver

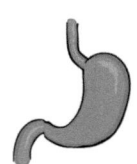

igifu

stomach

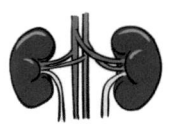

impyiko

kidneys

igitsina

sex

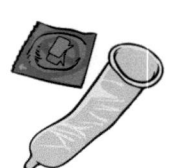

agakingirizo

condom

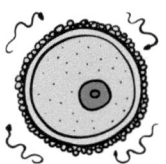

intanga

ovum

amasohoro

semen

gusama inda

pregnancy

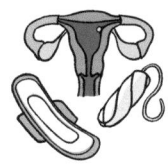

imihango
menstruation

igituba
vagina

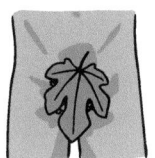

imboro
penis

ibitsike
eyebrow

umusatsi
hair

ijosi
neck

ibitaro

hospital

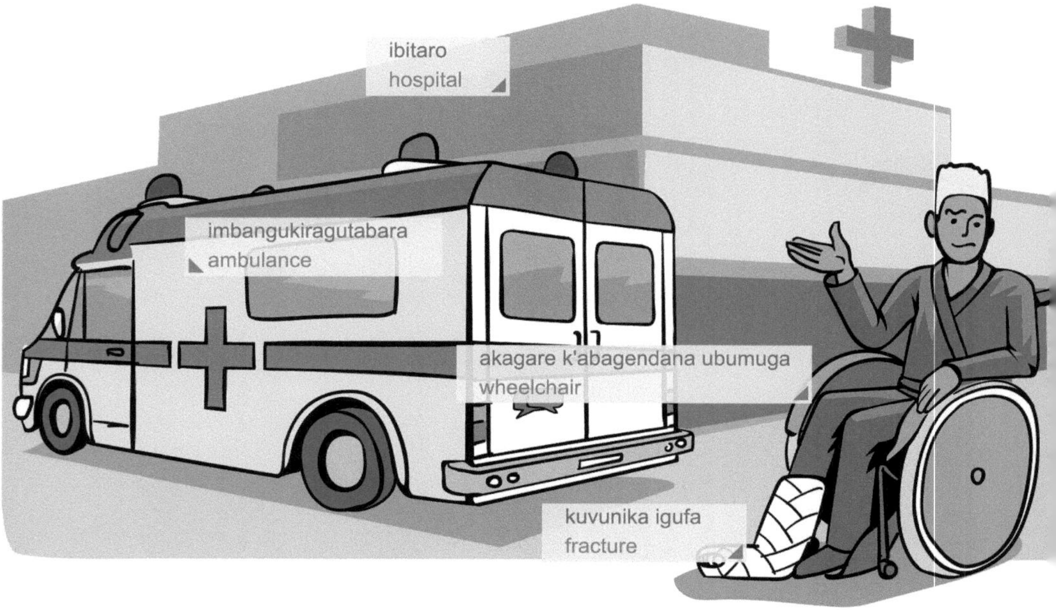

ibitaro
hospital
imbangukiragutabara
ambulance
akagare k'abagendana ubumuga
wheelchair
kuvunika igufa
fracture

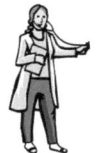

muganga

doctor

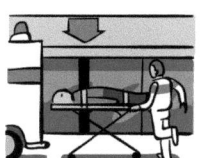

icyumba k'indembe

emergency room

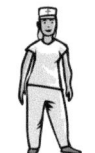

umuforomo kazi

nurse

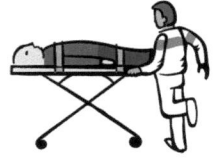

mu ndembe

emergency

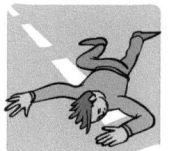

guta ubwenge

unconscious

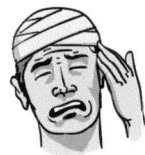

ububabare

pain

igikomere

injury

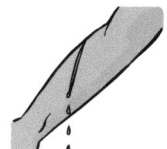

kuva amaraso

bleeding

gufatwa n'umutima

heart attack

kuziba k'udutsi two mu bwonko

stroke

kwivumbura k'umubiri

allergy

inkorora

cough

umuriro

fever

ibicurane

flu

impiswi

diarrhoea

kurwara umutwe

headache

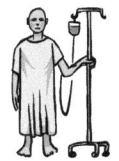

kanseri

cancer

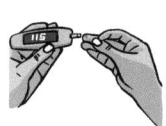

diyabete

diabetes

muganga ubaga

surgeon

icyuma kibaga umurwayi

scalpel

kubagwa

operation

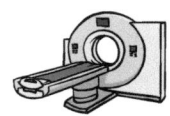

ifoto yo mu cyuma

CT

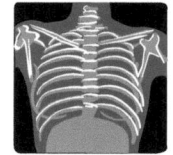

radiyo

x-ray

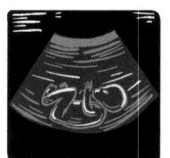

isuzuma rikoresha amajwi

ultrasound

agapfukamunwa

face mask

indwara

disease

icyumba bategererezamo

waiting room

imbago yo kwicumba

crutch

pasema

plaster

igipfuko

bandage

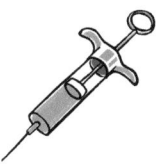

urushinge

injection

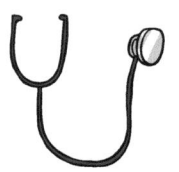

igipimo cy'umutima

stethoscope

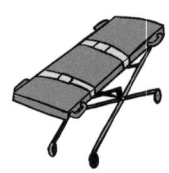

burankari

stretcher

igipimo cy'umuriro

clinical thermometer

ivuka

birth

umubyibuho ukabije

overweight

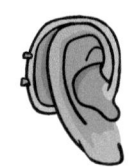

yunganirangingo y'amatwi

hearing aid

umuti wica mikorobe

disinfectant

ubwandu

infection

virusi

virus

Virusi itera sida / Sida

HIV / AIDS

ubuganga

medicine

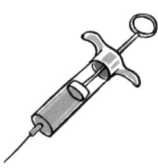

gukingira

vaccination

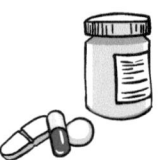

ibinini

tablets

ikinini

pill

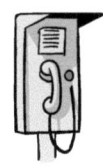

guhamagara byihutirwa

emergency call

igenzura ry'umuvuduko w'amaraso

blood pressure monitor

urwaye / ufite amagara meza

ill / healthy

Ntabara!

Help!

inzogera itabaza

alarm

gusagarira

assault

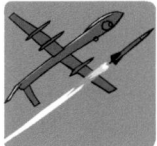

igitero

attack

icyateza amakuba

danger

umuryango unyuramo ukiza amagara

emergency exit

Inkongi!

Fire!

ikizimyamuriro

fire extinguisher

impanuka

accident

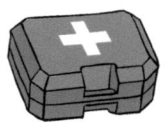

ibikoresho by'ubutabazi bw'ibanze

first-aid kit

induru itabaza

SOS

polisi

police

Uburayi

Europe

Amerika y'Amajyaruguru

North America

Amerika y'Amagepfo

South America

Afurika

Africa

Aziya

Asia

Ositarariya

Australia

Atalantika

Atlantic

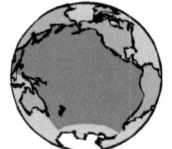

Oasifika

Pacific

Inyanja y'Abahinde

Indian Ocean

Inyanja y'Antagitika

Antarctic Ocean

Inyanja y'Arigitika

Arctic Ocean

Amajyaruguru y'Isi

North Pole

Amagepfo y'Isi

South Pole

Antaragitika

Antarctica

Isi

Earth

ubutaka

land

ikiyaga

sea

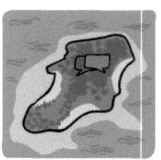

ikirwa

island

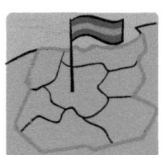

igihugu

nation

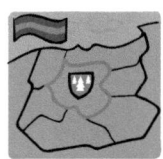

leta

state

kadere y'isaha

clock face

urushinge rw'amasaha

hour hand

urushinge rw'iminota

minute hand

rushinge rw'amasegonda

second hand

ni isaha ki?

What time is it?

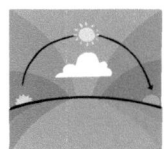

umunsi

day

igihe

time

nonaha

now

isaha y'imibare

digital watch

iminota

minute

amasaha

hour

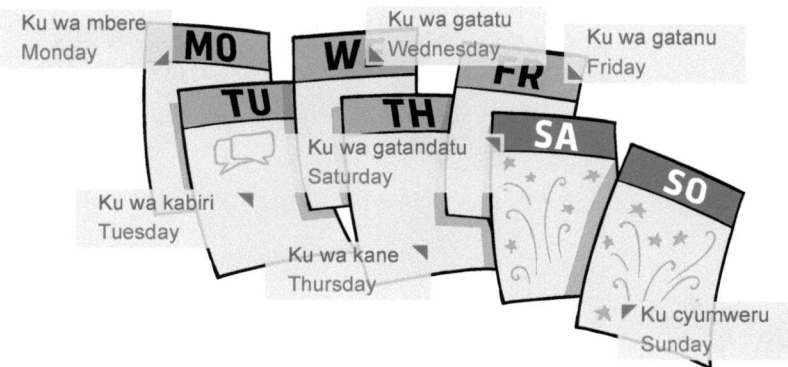

Ku wa mbere — Monday
Ku wa gatatu — Wednesday
Ku wa gatanu — Friday
Ku wa gatandatu — Saturday
Ku wa kabiri — Tuesday
Ku wa kane — Thursday
Ku cyumweru — Sunday

ejo hashize

yesterday

today

ejo hazaza

tomorrow

igitondo

morning

saa sita

noon

ku mugoroba

evening

MO	TU	WE	TH	FR	SA	SU
1	2	3	4	5	6	7
8	9	10	11	12	13	14
15	16	17	18	19	20	21
22	23	24	25	26	27	28
29	30	31	1	2	3	4

iminsi y'akazi

business days

MO	TU	WE	TH	FR	SA	SU
1	2	3	4	5	6	7
8	9	10	11	12	13	14
15	16	17	18	19	20	21
22	23	24	25	26	27	28
29	30	31	1	2	3	4

wikendi

weekend

umwaka

year

imvura
rain
umukororombya
rainbow
neje
snow
umuyaga
wind
urugaryi
spring
umuhindo
autumn
iki
summer
igihe cy'ubukonje
winter

4.APRIL 11°
5.APRIL 4°
6.APRIL 13°
7.APRIL 8°
8.APRIL 10°

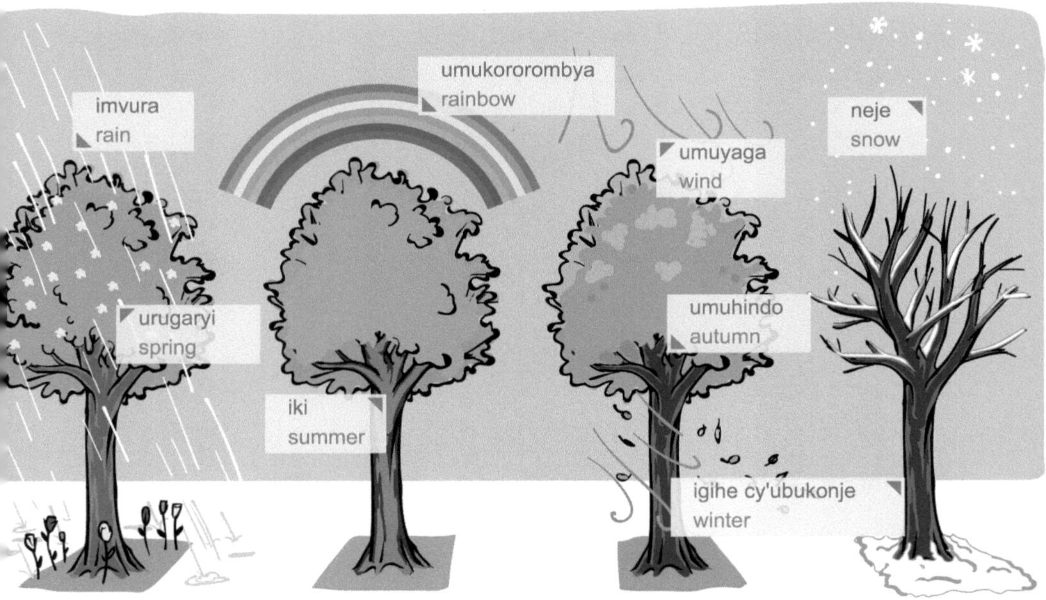

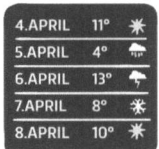

iteganyagihe

weather forecast

F C
120 40
90 30
60 20
30 10
0 0
-30 -10
-20

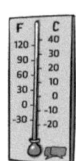

igipimo cy'ubushyuhe

thermometer

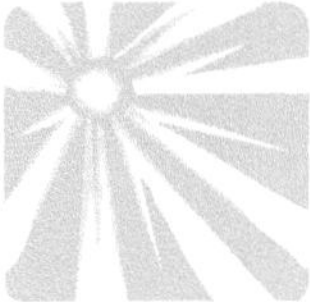

izuba rirashe

sunshine

ibicu

cloud

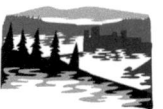

ibihu

fog

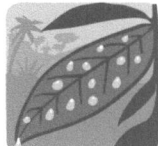

ububobere

humidity

umurabyo

lightning

inkuba

thunder

umuhengeri

storm

urubura

hail

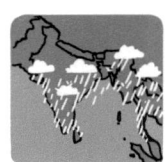

imiyaga ihuha iturutse mu nyanja

monsoon

umwuzure

flood

barafu

ice

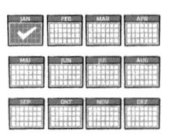

Mutarama

January

Gshyantare

February

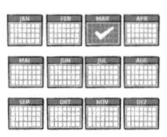

Werurwe

March

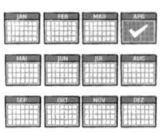

Mata

April

Gicurasi

May

Kamena

June

Nyakanga

July

Kanama

August

umwaka - year

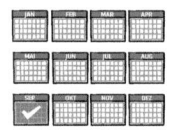

Nzeri

September

Ukwakira

October

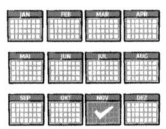

Ugushyingo

November

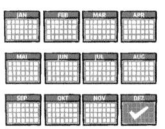

Ukuboza

December

amaforoma
shapes

uruziga

circle

mpandenye

square

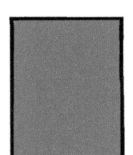

urukiramende

rectangle

mpandeshatu

triangle

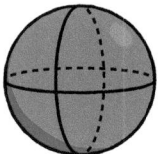

umubumbe

sphere

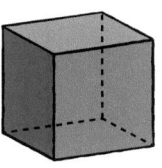

kibe

cube

umweru
....
white

umuhondo
....
yellow

oranje
....
orange

iroza
....
pink

umutuku
....
red

isine
....
purple

ubururu
....
blue

icyatsi kibisi
....
green

igihogo
....
brown

ikigina
....
grey

umukara
....
black

byinshi / bike

a lot / a little

urakaye / utuje

angry / calm

mwiza / mubi

beautiful / ugly

intangiriro / impera

beginning / end

kinini / gito

big / small

gikeye / kijimye

bright / dark

musaza / mushiki

brother / sister

gisukuye / cyanduye

clean / dirty

kirangiye / kitarangiye

complete / incomplete

umunsi / ijoro

day / night

wapfuye / muzima

dead / alive

hagari / hafunganye

wide / narrow

kiribwa / kitaribwa

edible / inedible

umugome / ugwa neza

evil / kind

ushishikaye / warambiwe

excited / bored

ubyibushye / unanutse

fat / thin

mbere / nyuma

first / last

inshuti / umwanzi

friend / enemy

cyuzuye / kirimo ubusa

full / empty

gikomeye / cyoroshye

hard / soft

kiremeye / kitaremereye

heavy / light

inzara / inyota

hunger / thirst

urwaye / ufite amagara
meza

ill / healthy

kemewe n'amategeko /
kibujijwe n'amategeko

illegal / legal

umunyabwenge / igicucu

intelligent / stupid

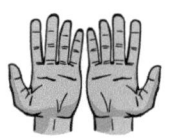

iburyo / ibumoso

left / right

hafi / kure

near / far

gishya / cyakoze
new / used

nta kintu gihari / hari ikintu gihari
nothing / something

ushaje / muto
old / young

atsa / zimya
on / off

gifunguye / gifunze
open / closed

ucecetse / usakuza
quiet / loud

ukize / ukennye
rich / poor

ni byo / si byo
right / wrong

hahanda / hahehereye
rough / smooth

urakaye / wishimye
sad / happy

mugufi / muremure
short / long

urandaga / wihuta
slow / fast

utose / wumye
wet / dry

ashyushye / ahoze
warm / cool

intambara / amahoro
war / peace

0

zeru

zero

1

rimwe

one

2

kabiri

two

3

gatatu

three

4

kane

four

5

gatanu

five

6

gatandatu

six

7

karindwi

seven

8

umunani

eight

9

icyenda

nine

10

icumi

ten

11

cumi na rimwe

eleven

12

cumi na kabiri

twelve

13

cumi na gatatu

thirteen

14

cumi na kane

fourteen

15

cumi na gatanu

fifteen

16

cumi na gatandatu

sixteen

17

cumi na karindwi

seventeen

18

cumi n'umunani

eighteen

19

cumi n'icyenda

nineteen

20

makumyabiri

twenty

100

ijana

hundred

1.000

igihumbi

thousand

1.000.000

miliyoni

million

Icyongereza

English

Icyongereza
cy'Abanyamerika

American English

Igishinwa k'ikimandarini

Chinese Mandarin

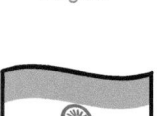

Igihindi

Hindi

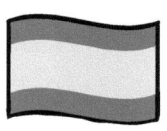

Ikesipanyoro

Spanish

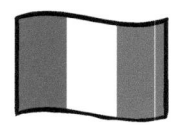

Igifaransa

French

Icyarabu

Arabic

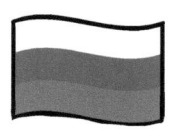

Ikirusiya

Russian

Igiporutigari

Portuguese

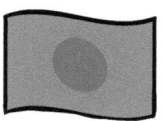

Ikibengari

Bengali

Ikidage

German

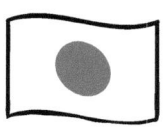

Ikiyapani

Japanese

ge

I

wowe

you

we / we / we

he / she / it

twe

we

mwe

you

bo

they

nde?

who?

iki?

what?

gute?

how?

hehe?

where?

ryari?

when?

izina

name

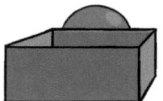

inyuma

behind

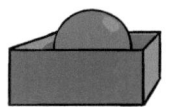

mo imbere

in

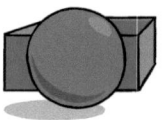

imbere ya

in front of

hejuru ya

over

kuri

on

munsi ya

under

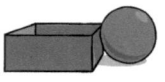

iruhande

beside

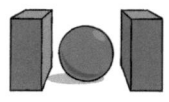

hagati

between

ahantu

place